JANAVANATIL REKHATANE by VYANKATESH MADGULKAR

जनावनातील रेखाटणे । रेखाचित्रे
व्यंकटेश माडगूळकर
E-mail : author@mehtapublishinghouse.com

संस्थापक : सुनील अनिल मेहता
प्रकाशक : मेहता पब्लिशिंग हाऊस प्रा. लि.,
१९४१, सदाशिव पेठ, माडीवाले कॉलनी, पुणे – ४११०३०.

मुद्रक : श्री मुद्रा

मुखपृष्ठावरील व आतील रेखाटणे
व्यंकटेश माडगूळकर

मुखपृष्ठ मांडणी व रचना
चंद्रमोहन कुलकर्णी
मुखपृष्ठावरील लेखकाचे छायाचित्र
शेखर गोडबोले

प्रकाशनकाल
पहिली आवृत्ती : १० मे, १९९९ । मेहता पब्लिशिंग हाऊस यांची दुसरी आवृत्ती : मे, २०१२ ।
जून, २०१५ । पुनर्मुद्रण : ऑक्टोबर, २०२३

किंमत : ₹ २१०

P Book ISBN 9788184983883
E Book ISBN 9789386745682
E Books available on : amazonkindle Apple Books Google Play Books

व्यंकटेश माडगूळकर

रानावनातली रेखाटणे

मेहता पब्लिशिंग हाऊस

प्रस्तावना

मी रेषांकडे केव्हा, कसा वळलो?

आज आठवतं ते इतकंच की, लहान वयातच वळलो. शब्दांकडे वळण्याआधी रेषांकडे वळलो. घरात कोणी चित्रकार नव्हते. कोणामुळे हा नाद लागला? काही सांगता येत नाही, पण एकोणचाळीस आणि चाळीस साली म्हणजे, वयाच्या तेराव्या आणि चौदाव्या वर्षी मी औंधला जाऊन ड्रॉइंगच्या दोन्ही परीक्षा देऊन आलो. आणि उत्तम पास झालो.

आपण चित्रकार व्हायचं, हे मी ठरवलं ते किन्हई ह्या गावी असताना. इथल्या जुन्या, भव्य राजवाड्यातल्या मागल्या जागेत आम्ही राहत होतो. अंबाबाईदेवीचं देवालय, राजवाडा, रामाचं देऊळ, प्रतिनिधींच्या काही बागा, फुलांच्या आणि फळांच्या काही जमिनी, हत्तींना गवत पुरविणारा डोंगर – अशी काही इस्टेट बाळासाहेब पंतप्रतिनिधींच्या मालकीची होती. ह्या इस्टेटीच्या देखभालीसाठी माझ्या वडिलांची नोकरी होती.

मी माझ्या शैक्षणिक आयुष्यात तीन परीक्षा पास झालो. दोन ड्रॉइंगच्या आणि एक व्ह.फा. म्हणजे सातवीची. ही तिन्हीही सर्टिफिकिट आज माझ्यापाशी नाहीत. गांधीहत्येच्या जाळपोळीत महाराष्ट्रातील ब्राह्मणांची घरे जाळली गेली, तेव्हा माडगूळचे आमचे घरही जळाले. त्यात ही तिन्ही सर्टिफिकिटं जळाली.

श्री. विनोबा भावे ह्यांनी एका चांगल्या दिवशी आपली सर्व शैक्षणिक सर्टिफिकिटं नदीत सोडली, ते सर्वार्थाने थोर. मला विशेष काही करावे लागले नाही. शिक्षणासंबंधीचा कसलाही पुरावा माझ्यापाशी राहिला नाही. नंतर मी अशिक्षितच जगलो.

अनेक बाबतींत घर हेच आपले गुरुकुल असते आणि आई हीच आपली गुरू असते. चित्रकलेतली पहिली गुरूही आईच होती.

आठवणी उकरू लागल्यावर ध्यानात येतं की, ही आवड निर्माण व्हायला माझी आई थोडीफार कारणीभूत झालेली आहे.

ती चित्रे काढी.

वर्षभर कसली ना कसली व्रतवैकल्यं करीत राहावं, असं माझ्या आईचं असे. श्रावणमासात तर त्यांना बहर येई. आईची चित्रकला हा व्रतवैकल्याचाच एक भाग होता. नागपंचमी आली की, पांढरीच्या मातीनं सारवलेली घरातील एक भिंत घेऊन तिच्यावर ती एक ठळक पांढरा चौकोन चुन्यानं रंगवी. हा चौकोन पाटाच्या आकाराचा असे. मग सहाणेवर हळकुंड उगाळून ती पिवळा, पातळ रंग करी आणि काडीला कापूस गुंडाळून केलेल्या कुंचल्यानं पाच नागांची चित्रं ह्या पांढऱ्या चौकोनावर काढी. तांबडे हळकुंड उगाळून केलेल्या गंधाने ती या नागांना डोळे भरी. एका कोपऱ्यात सूर्य काढून झाला की, तिचे हे पूजाचित्र पूर्ण होई. अंग धुऊन, तांबडा रेशमी मुकटा नेसून आई ह्या नाग-नरसोबाची पूजा करी; तेव्हा त्यांच्या फण्यांवर ओली हळद, ओले कुंकू आणि अक्षता चिकटत. कापसाच्या गेजमाळा त्यांना अडकवल्या जात. समई-निरांजनाच्या उजेडात, पूजामंडित असे हे नाग फार सुरेख दिसत!

अशीच चित्राची पूजा वटसावित्रीची असे. जिवती, वड असली छापील चित्रे काही आमच्या गावी मिळत नसत. मग आई चुना, पिवडी, गेरू असले काहीबाही वापरून भिंतीवर, चौरंगावर किंवा पाटावर वटवृक्षाचे चित्र काढी आणि त्याची यथासांग पूजा करी.

असाच प्रकार रथसप्तमीचा सूर्याचा रथ, दाराच्या चौकटीवरच्या सटवाया, हत्ती यांच्याही बाबतीत असे.

माझ्या अगदी बाळपणी मी तिची ही चित्रकला जवळ बसून बघितली. पुढं थोडा कळता झालो, तेव्हा आई मलाच सांगू लागली –

''व्यंकटेशा, अरे, मला पाटावर रथ काढून दे की छान. आज रथसप्तमी आहे.''

मग बराच वेळ खटपट करून कुंकू, हळद, चंदनाचं गंध, तांदूळ ही साधनं वापरून मी आईला पाटावर रथ काढून देई.

माझी आई कमरेवर हात ठेवून तो पाही आणि म्हणे, ''दृष्ट लागावी असा काढलास की रे! माझी पूजा आज सूर्यनारायणापर्यंत पोहोचेल बघ!''

रंग आणि रेषांबरोबरच शिल्पाकृती हाही आईच्या व्रताचा भाग असे.

दिवाळी आली की, गाईचे शेण गोळा करून शंकूच्या आकाराचे पाच पांडव ती अंगणात घाली. हे सगळे उभेच असत. बळीराम तेवढा जमिनीवर पसरलेला असे.

बेंदूर ह्या सणाच्या दिवशी बैल पुजायचे असत. आमच्या दारी तेव्हा काही खरे बैल नव्हते. मग आई मला चिखलाचे बैल करून मागे. ओढ्याकाठची चिकणमाती आणून, ती नीट मळून मी तिला बैल करून देत असे. 'बंकुरा हॉर्स'सारखे हे बैल असत. त्यांच्या गळ्यात माळा आणि पायांत साखळ्यासुद्धा मी घाली.

गणेश चतुर्थीला शाडूची माती मळून गणपती करणं, त्याला रंगरंगोटी करणं, ही कामंही मी आणि आमचे बिटाकाका करीत असू. वर्षानुवर्षं हे काम घरात होत होतं.

आईची बोटे कापसाच्या तर नाना तऱ्हा वळत. काडवाती, फुलवाती, गेजमाळा – काय अन् काय. तिचे व्रतवैकल्यांचे दिवेही नाना तऱ्हांचे असत. कधी पिवळ्या पुरणाचे कधी कणकेचे. अंधाऱ्या देवघरात हे दिवे पेटले, म्हणजे प्रकाशाला पावित्र्यही येई.

रांगोळ्या, गव्हा-तांदळांनी भरलेले चौक, रंगविलेले संक्रांतीचे घट. हिरवी पाने, नारळ, सुपाऱ्या, खणांच्या घड्या, काचेच्या बांगड्या, बुक्का, गुलाल, हळद-कुंकू, चैत्रगौरी, त्यांच्यापुढची आरास, सारवलेल्या अंगणात रेखलेली गौरीची पावले....

आकृती, रंग, रेषा यांची किती विविध आणि सुंदर रूपं मला बघायला मिळायची!

मला आज वाटतं, चित्रकलेचं माझं शिक्षण इथून सुरू झालं.

मराठी पाचव्या इयत्तेत होतो, तेव्हा मला नवसरलाल कलाल हे चित्रकला-शिक्षक मिळाले. ते म्हणत, "तुझा हात चांगला आहे. शिकलास, कष्ट केलेस, तर चांगला चित्रकार होशील." अगदी प्राथमिक अशा परीक्षा – एलिमेंटरी आणि इंटरही त्यांच्याच हाताखाली मी दिल्या. कलाल मास्तरांचा माझ्यावर एवढा लोभ होता की, जुन्या काळी शिष्य जसे गुरुगृही राहत, तसे त्यांनी मला आपल्या घरी ठेवून घेतले होते. फरक इतकाच की, ह्या घरात ते स्वत:ही एकटेच होते.

हे कलालगुरुजी हरहुन्नरी होते. ते मेळ्यासाठी गाणी करत. नदीकाठच्या मातीची सुंदर चित्रे करत. त्यांनी नव्या धर्तीचा वर्णमालेचा एक सचित्र तक्तासुद्धा तयार केला होता. त्यातल्या 'ग' अक्षराजागी गवळी होता. त्याच्या खांद्यावरच्या आडव्या काठीला अडकवून दुधाची घागर होती. अशा खुबीनं की, लोंबती घागर ही 'ग' चा एक भाग. उभा गवळी ही उभी रेघ आणि खांद्यावरची काठी ही आडवी रेघ.

त्यांच्या ह्या सर्व उद्योगात ते बहुधा मला हाताखाली घेत. मास्तर स्वभावाने फार मोकळे आणि गमत्ये होते. सारख्या कोट्या कराव्यात आणि स्वत: खुदुखुदु हसून दुसऱ्याला हसवावं, असं त्यांचं मत असे.

चित्राखाली सही करताना ते फक्त 'क' हे अक्षर लाल रंगात काढत असत. असं का, म्हणून विचारलं की म्हणत, 'क' लाल आहे.

पुढं बऱ्याच वर्षांनी औषधाचं दुकान काढून त्यांनी आपल्या व्यवसायावर आणि आडनावावरही मोठी कोटी केली.

कलालमास्तरांच्या हाताखाली मातीची चित्रं रंगवण्यापासून तो दुकाना-हॉटेलचे बोर्ड रंगवण्यापर्यंत कामं केल्यामुळे इंग्रजी चवथ्या इयत्तेत असताना मला औंध संस्थानच्या रस्ते आणि बांधकाम खात्याकडून आटपाडी ते भिवघाट ह्या अठरा मैलांच्या अंतरातील फर्लांगावरचे आणि मैलावरचे दगड रंगवून त्यांवर आकडे घालण्याचे कॉन्ट्रॅक्ट मिळाले. सोबत एका मैलकुलीला घेऊन हे काम मी चोख बजावले. त्याचा मोबदला म्हणून छत्तीस रुपये आणि एक माणदेशी माणूस, 'रामा मैलकुली' मिळाला.

पुढे मी काही काळ कोल्हापूरला काढला. त्या काळी कोल्हापूरला जशा अनेक तालमी आणि तालीमबाज होते; रंकाळे, पद्माळे, फिरंगाळे अशी तळी होती; तसे उत्तमोत्तम चित्रकार आणि आर्टस्कुलेही होती.

'दळवीज् आर्ट इन्स्टिट्यूट' ह्या संस्थेत मी शिक्षण घेत होतो. पण स्वातंत्र्यचळवळीत पडलो आणि पुढे चार वर्षे धामधुमीत, पळापळीत घालवावी लागली.

सेहेचाळीस सालच्या सुमारास मी कोल्हापूरच्या महाद्वार मासिकासाठी आणि त्याचेच भावंड म्हणून एक साप्ताहिक निघत होते, त्याच्यासाठी चित्रे, राजकीय व्यंगचित्रेसुद्धा काढली.

मला वाटतं, ह्याच काळात माझं लक्ष लेखनाकडे वळलं. 'काळ्या तोंडाची' ही कथा 'अभिरुचीत', 'वडरवाडीच्या वस्तीत' ही कथा 'नवयुग'च्या अंकात, 'पडकं खोपट' ही कथा 'मौज' रौप्यमहोत्सवी

अंकात; अशा माझ्या कथा प्रसिद्ध झाल्या. 'समीक्षक', 'सत्यकथा', 'अभिरुची' ह्या मासिकांतून माझ्या काही कविताही प्रसिद्ध झाल्या आणि चित्रकलेची वाट हळूहळू सुटू लागली. कधी अधूनमधून आठवण होई. आर्ट स्कूलची परीक्षा देण्यासाठी आणलेले कॅनव्हास, ऑइल पेंट्स, ब्रश शिल्लक होते; तोवर माडगूळला असताना, आटपाडीला असताना मी ऑइल्सही केल्याचे स्मरते. पोर्ट्रेट्स आणि स्टील-लाइफमध्ये माझं मन रमे.

रेखाटणे कधी-कधी करत होतो.

पुढे पन्नास साली मी मुंबईची उमेदवारी संपवून पुण्याला आलो. फटिंग होतो. सकाळी सायकलवर टांग टाकून रानावनात जात असे आणि लँडस्केप करीत असे. ह्याच काळात सत्यकथेत प्रसिद्ध झालेल्या 'बिटाकाका' ह्या व्यक्तिचित्रासाठी स्वत:च केलेले रेखाटन सत्यकथेत प्रसिद्ध झाल्याचे स्मरते.

श्री. माटे (विश्वकर्मा साहित्यालय) यांच्यासाठी संपादित केलेल्या 'शिरीष'च्या दिवाळी अंकासाठी चित्रकार रिकामे मिळेनात; तेव्हा बाजारात जाऊन शाई, ब्रश, निफे विकत आणून बैठक मारली आणि थोड्या वेळात तो अंक एकट्याने सजवला. ह्या अंकात पु.लं.चा 'बाळे गोदावरी' हा लेख, शंकर पाटलांची 'शारी' ही कथा, माझे आबा चांदोरकराचे व्यक्तिचित्र, रा. भि. जोशी यांचे प्रवासवर्णन असे छान-छान साहित्य होते. आता हा अंक माझ्यापाशी नाही. श्री. माटे यांच्यापाशीही असेल की नाही, याची शंकाच आहे.

मधे बराच काळ मी शिकार, चित्रपट-कथा-लेखन, चित्रपटात काम, चित्रपट फ्लोअरवर नटांना संवाद बोलून दाखवण्याचे काम, नाटक लिहिणं, तमाशा लिहिणं, रेडिओसाठी लिहिणं आणि पुढे तिथंच नोकरी धरणं – अशी अनेक वेडीवाकडी वळणे घेत राहिलो.

एकोणसत्तरसाली फ्रान्सला जाण्याचा योग आला. इथून जातानाच फ्रान्समध्ये काय बघायचे, ते मी ठरवून टाकले होते. मी सुदैवानं ग्रनोब्ल ह्या आल्प्समधल्या सुंदर गावी तीन आठवडे राहिलो. ला फॉन्तेन आणि स्तांदाल यांचं हे भाग्यशाली गाव. तिथून पार दक्षिणेकडे, जिथे व्हान गॉग आणि गोगँ पिवळ्या घरात राहून चित्रे रंगवीत, त्या आर्लला गेलो. वाटेने जातानाच व्हान गॉगचे ते सायप्रस वृक्ष आणि टळटळीत दुपारचा सूर्य मी पाहिला. दक्षिण फ्रान्सची ही भूमी इतकी प्रकाशमान आहे की, पॅरिस सोडून हे दोघे चित्रकार

इकडे का धावले, हे समजते. व्हान गॉगने वेडाच्या भरात आपला कान कापून प्रेयसीला भेट दिल्यावर त्याला ज्या सां रेमी ह्या हॉस्पिटलमध्ये ठेवले होते, तेही आर्लपासून जवळ होते. तेही मी पाहिले. ज्या खोलीत हा रुग्ण चित्रकार राहिला होता, ती खोली अद्याप फ्रेंच लोकांनी पादुकांप्रमाणे सांभाळली आहे. व्हान गॉगने रुग्णावस्थेत केलेली रेखाटणे आहेत. डॉक्टरांनी नोंदी केलेली रजिस्टरची पाने फ्रेम करून भिंतीवर लावली आहेत.

व्हान गॉग आणि पॉल गोगँ ह्या थोर कलावंतांची पावले ज्या भूमीवरून उमटली, तिथे आपण वावरतो आहोत; ह्या कल्पनेनेच आर्लला अनेक जागी माझ्या अंगावर रोमांच उभे राहिले. पंढरपूरला बुक्का घ्यावा, तसे चित्रकलेचे साहित्य मी आर्लहून परतताना विकत घेतले आहे. ते अजून राखले आहे.

मी पॅरिसला आलो. ही तर चित्रकारांची चंद्रभागाच होती. तिथं मी लूव्र पाहिलं, मोमार्त पाहिलं, रोदाँची शिल्प पाहिली. ज्या-ज्या थोर चित्रकारांची चित्रं मी छाप्यात पाहिली होती, ती सगळी मुळातून पाहण्यासाठी मी पॅरिसची अनेक संग्रहालये भटकलो. तो... व्हान गॉग, तो... लोत्रेक, तो... गोगँ, तो... मातीस, तो... क्रॉस, तो... पिकासो आणि तो... रेनॉ.

अल्लाउद्दीन खाँसाहेबांना गुरूची सतार ऐकताना वाटायचं, तसं वाटलं.

'ओऽ होऽ हो! भगवान आ गया!'

व्हान गॉग माझा सर्वांत आवडता, अत्यंत प्रिय चित्रकार आहे. केवळ तो राहिला होता, ते गाव म्हणनूच मी एका टोकाला असलेल्या आर्लला गेलो. तसाच मी पॅरिसला आल्यावर तिथून दूरवरच्या नदीकाठच्या खेड्यातही गेलो, जिथं व्हान गॉगनं देह ठेवला. त्यानं रंगवलेलं ते चर्च मी प्रत्यक्षात उभं असलेलं पाहिलं. आणि दोन्ही बाजूंना लांबलचक अशी पिवळी मक्याची शेतं आणि मध्ये अतिशय साध्या अशा या दोघा भावांच्या समाध्या. व्हिन्सेंट व्हान गॉग, थिओ व्हान गॉग. पुढं जिरॅनियमचे हिरवे फुललेले चौक.

वेडाच्या भरात त्याने काढलेले ते चित्र माझ्या डोळ्यांसमोर उभे राहिले. मक्याचे पिवळे शेत, निळे-काळे आभाळ आणि क्षितिजाकडे उडणारा कावळ्यांचा थवा. समीक्षक म्हणतात, हे त्याला जवळ आलेल्या मृत्यूचे झालेले दर्शन होते.

व्हान गॉग आणि थिओ ह्यांच्या त्या समाध्या बघून मी इतका भारावलो की, जवळचे पॅड आणि काळे पेन घेऊन उभ्या-उभ्याच मी त्यांचे रेखाटन केले. त्यानंतर मात्र फ्रान्समध्ये मी जिथे-जिथे हिंडलो, तिथे-तिथे अनेक रेखाटणे केली.

मधे अनेक वर्षे काहीही केलं नसताना, माळावर पडलेल्या कोरफडीच्या पात्याप्रमाणं माझ्याजवळच्या रेषेनं अंगच्या रसावर पोषण करून आपली मुळे जमिनीत पसरवली होती.

मला बरी रेखाचित्रे काढता येत होती.

आजवरच्या आयुष्यात अनेक भलेबुरे प्रसंग आले. बरेच नाद वेळोवेळी केले, ते विसरले. फोटो काढण्याचा नाद होता, तो विसरला. कविता लिहीत होतो, विसरलो. पण रेखाटनं वयाच्या आठव्या वर्षापासून करत आलो, ती आज म्हातारपणापर्यंत टिकून आहेत.

वृत्तपत्रांना, मासिकांना खूप रेखाटणे दिली; ती गेली. त्यांतली अनेक काही लोकांना दिली. काही उरली. त्यांपैकी काही निवडून सातारचे साहसी प्रकाशक, शब्द प्रकाशनाचे श्री. सोहनी ह्यांनी रसिकांसमोर आणली. त्यांचे ऋण कसे फेडावे? काही ऋणे कधीही फिटण्याजोगी नसतात. 'जनावनातली रेखाटणे' हे पुस्तक आजवरच्या दहा-वीस प्रकाशकांपैकी कोणीही मागितले नव्हते. आपणहून कोणी मागितल्याशिवाय मी माझे पुस्तक प्रकाशकाला सहसा देत नाही. शब्द प्रकाशनने पुस्तक मागितले आणि अपूर्वाईने काढलेही.

मी त्यांचा ऋणी आहे.

– व्यंकटेश माडगूळकर

‘प्रभात रस्त्यावरच्या पंधराव्या गल्लीत असलेल्या ‘प्लेझंट’ अपार्टमेंटमधल्या अभ्यासिकेमधली ही माझी लिहिण्या-वाचण्याची जागा. चित्रं रेखाटतही मी इथंच बसे. डाव्या बाजूला ठेवलेली कातडी बॅग रेडिओतल्या नोकरीत रोज बरोबर नेण्याची बॅग आहे. ही खुर्ची आणि हे टेबल लक्षात राहिले आहे, कारण इथेच मी ‘कोवळे दिवस’ ही कादंबरी ‘बनगरवाडी’नंतर पुष्कळ वर्षांनी लिहिली.

‘करुणाष्टक’ लिहिली आणि इथेच आखीव कागद बाजूला सारून मध्यान् रात्री करुणाष्टकातील व्यक्तींची रेखाटणे काढली. माझे पुस्तक मी स्वत:च सजविले. ‘सत्तांतर’ लिहिले आणि माकडांची, हरणांची रेखाटणे केली.

आता माझा धाकटा मुलगा इथं राहतो. ही खोली बदलून गेली आहे. काही खुणा तिथं राहिल्या नाहीत.’

‘माझे वडीलबंधू ग. दि. माडगूळकर हे यवतमाळ साहित्य संमेलनाचे अध्यक्ष झाले, तेव्हा मी यवतमाळला गेलो होतो. अध्यक्षांचा भाऊ असल्यामुळे मला व्यासपीठावर कधीही, केव्हाही जाता येई. रेखाटणे करता येत. हे रेखाटन तसे केले आहे. ’

'भाषाशास्त्रज्ञ आणि साहित्याचे अभ्यासक नारायण गोविंद कालेलकर यांच्या घरी केलेली ही दोन रेखाटणे.'

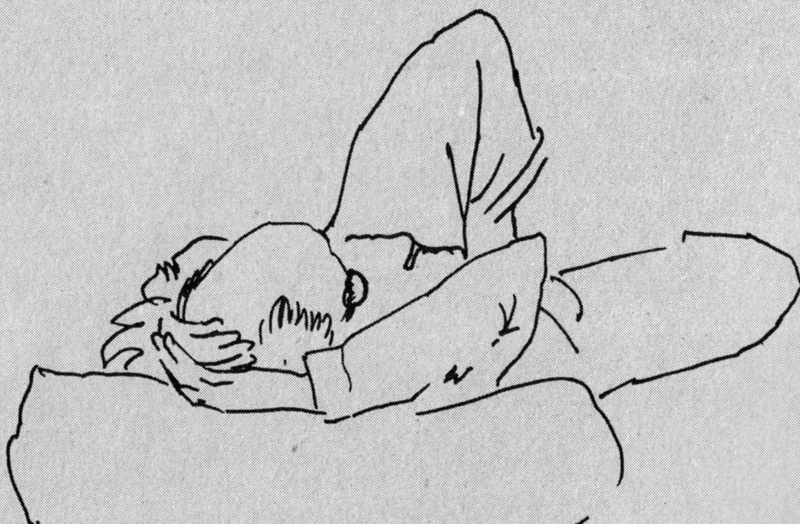

'विदर्भातले मशहूर कथालेखक वामनराव चोरघडे व्यासपीठावर बसले असताना.'

‘दत्तो वामन पोतदार व्यासपीठावर असताना.’

‘सातारा शहरात कथाकथनाच्या निमित्ताने आम्हा तिघा कथालेखकांना बोलावलं असताना रेस्टहाऊसमध्ये शंकर पाटील, त्याची गोष्ट वाचून ती लक्षात ठेवण्याची खटपट करताना.’

'गंभीर, समाजशास्त्रीय विचार श्रोत्यांसमोर मांडताना गं. बा. सरदार.'

'वामनराव ढवळे व्यासपीठावर बसले आहेत. काही वेळानं त्यांना बोलावंही लागणार असावं.'

'दत्ताराम मिरासदार. मित्राने सांगितलेली गोष्ट ऐकताना, व्यासपीठावर.'

‘यवतमाळ साहित्य संमेलनाच्या व्यासपीठावरचे ग. दि., सोबत काही वक्ते.’

कवी यशवंत,
श्रोत्यांसमोर कविता म्हणताना.
टवाळखोरांनी त्यांची ओळख करून देणाऱ्या ओळी केल्या होत्या,

‘यशवंत कवी, गुणवंत कवी, नाराज कवींचा राजकवी
जो रोज कवी, तो आज कवी, स्वये कविता ऐकवी.’

शंकर पाटील श्रोत्यांना 'धिंड' गोष्ट ऐकवताना.

'कथाकथनाचे बाल श्रोते.'

'कथाकथनाचे काही श्रोते.'

'श्रोत्यांतील मेहूण.'

‘चकित श्रोता.’

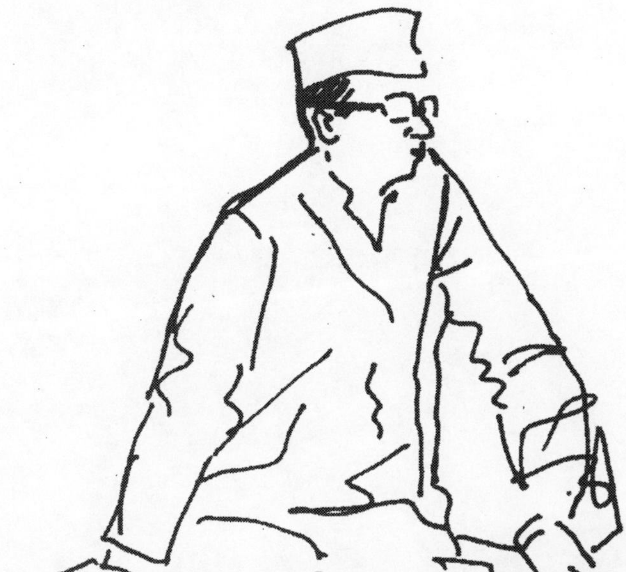

‘मी ७६ साली ‘नागझिरा’ अभयारण्यात
काही दिवस तळ्यावरच्या झोपडीत राहिलो,
तेव्हा झोपडीसमोर हा साठ फूट उंचीचा पिंपळ
माझा सर्वकाळ सोबती होता.’

‘नागझिरा अभयारण्यातील टेकडीवर चढून पाहिले की,
तळ्याकाठचे रेस्टहाउस दिसे.
इथल्या लायब्ररीत
मी शेल्लरचे ‘दि डिअर अँड दि टायगर’ हे पुस्तक
गॅसबत्तीच्या प्रकाशात प्रथमच वाचले आणि
विलक्षण प्रभावित झालो.
वन्य जीवनावर किती उत्तम लिहिता येतं,
याची जाणीव झाली.

‘राजस्थानातल्या वैराण भागातील तळी शोधत असताना मला हा एकाकी गुराखी दिसला.’

सोलन

‘रामसर –
वाळवंटी प्रदेश म्हणून राजस्थान
आपल्याला माहीत आहे.
पण आम्हाला पाण्याचे साठे
अनेक ठिकाणी आढळले.
मनुष्य वस्तीपासून एका बाजूला असलेल्या
ह्या पाण्यात तऱ्हेतऱ्हेचे पक्षी दिसत.
रामसर, सरोली, मानससरोवर अशा सरोवरांची
मी रेखाटणे केली.
ह्या वेळी माझ्याबरोबर असलेले
एक पक्षी अभ्यासक, वनस्पतितज्ज्ञ, भूगोल अभ्यासक
हे सावलीला स्वस्थ बसून थांबून राहात.’

सरोली

तळे, रणथंबोर

भिलाई सागर

‘भरतपूरला श्री. जयवंतराव टिळक यांच्याबरोबर मी गेलो होतो, तेव्हाचे हे रेखाटण.
ते करताना जयवंतराव मागे उभे राहून पाहत होते.
‘तुला कॅमेऱ्याची काही गरज नाही’, एवढंच ते बोलले.’

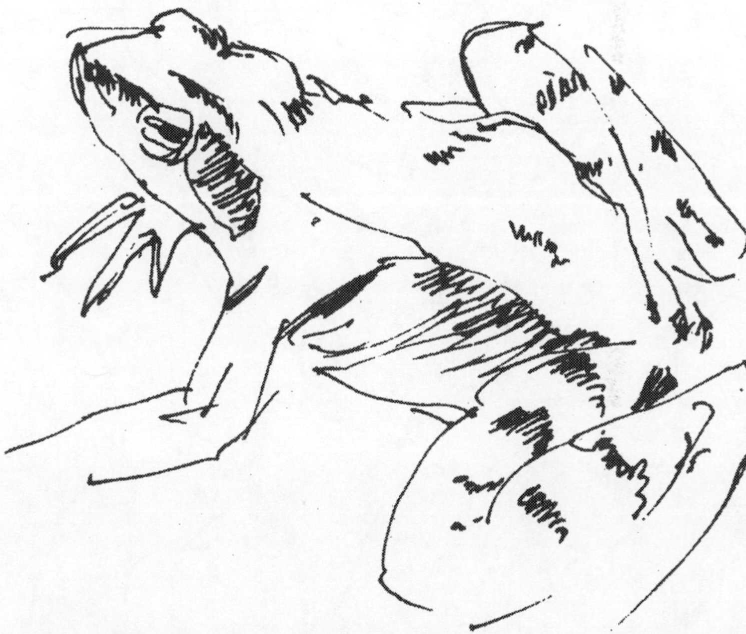

'पाणपक्षी, करकोचे, बगळे ह्यांची एवढी विविध रूपे भरतपूरला दिसली की, कोणाला घेऊ आणि कोणाला सोडू, असे होऊन गेले. शेवटी एक बेडूक काढून भरतपूरचे प्राणी पुरे केले.'

‘भरतपूरच्या तळ्याकाठी आम्हाला अजगर दिसले. त्यांना पाण्यातली पाखरे गिळायला मिळत असावीत.’

‘कोरेगावच्या रानात अभय मिळालेला मोर आणि लांडोर.’

‘मोर पाहण्यासाठी रविवार केसरीचे सहसंपादक
वि. स. वाळिंबे यांच्याबरोबर
मी मराठवाड्यातील उमरग्याजवळच्या
कोरेगावला गेलो होतो,
तेव्हा तिथल्या रानात असलेल्या
वरईच्या पिकाला छान लोंब्या होत्या.
मोराचं खाणं म्हणून
मी लोंबीचं रेखाटन केलं.’

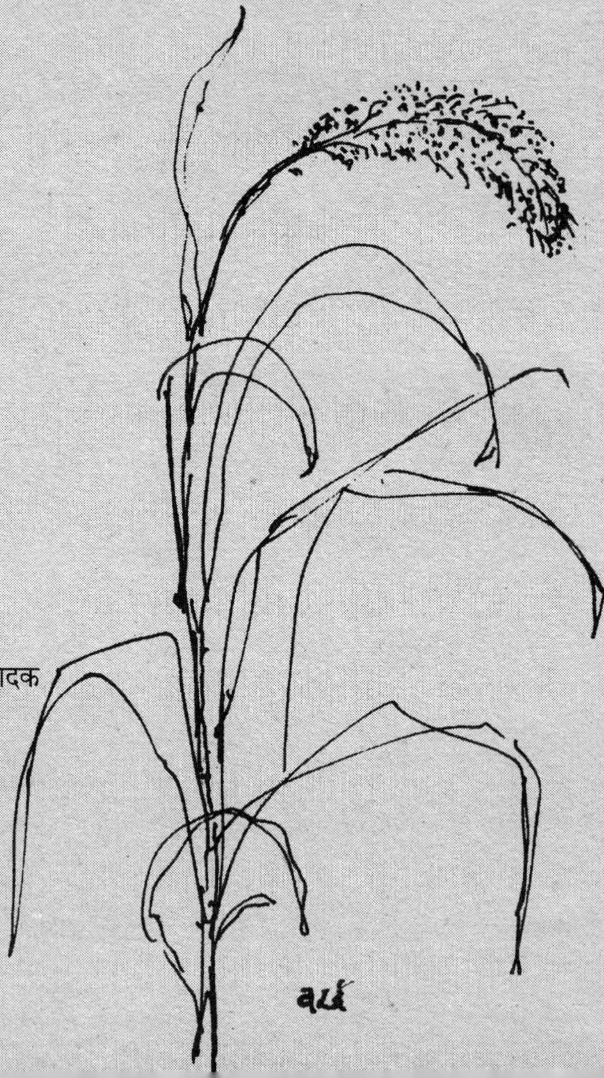

‘म्हसराचे हे आक्रमक पोर्ट्रेट मला मानस अभयारण्यात दिसले.’

‘म्हसरू चरताना त्याच्या पायाने गवतातले कीटक उडतात. ते मटकावण्यासाठी बगळ्यांची पळापळ चालते.’

'मानस अभयारण्यातील बुजलेला म्हसरांचा कळप.'

‘मानस अभयारण्यातील रानटी म्हसरे.’

'काझीरंगा अभयारण्यात दिसलेली हरणे.'

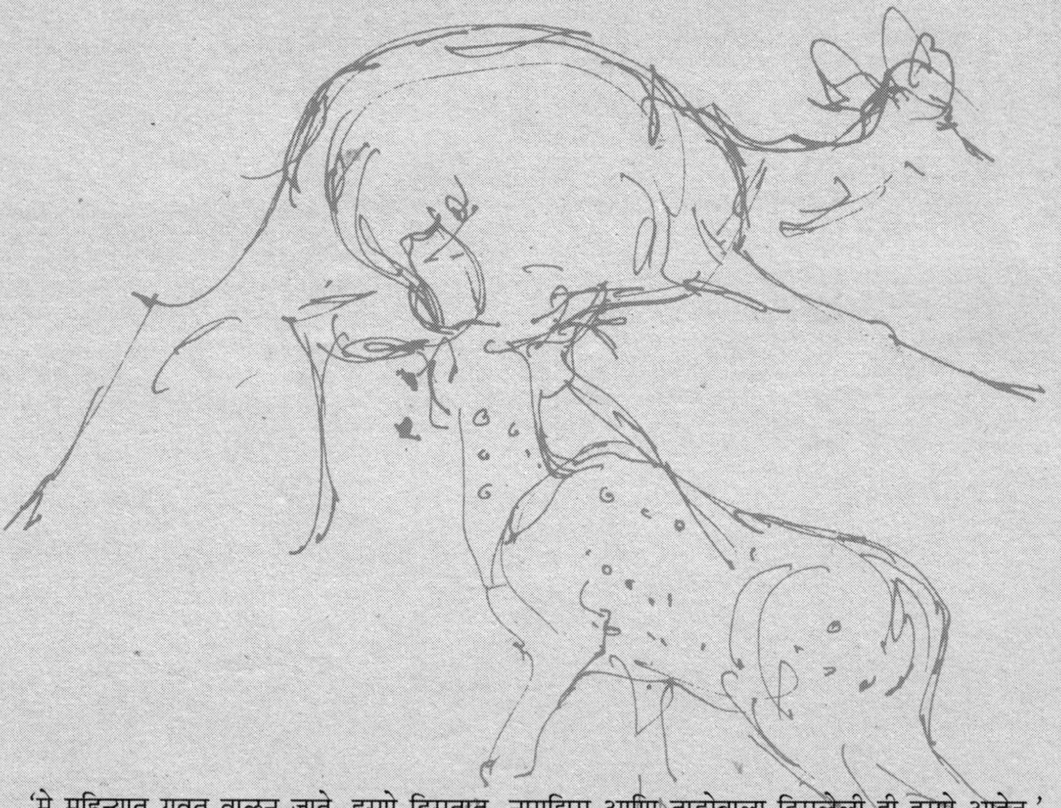

‘मे महिन्यात गवत वाळून जाते. हरणे दिसतात. नागझिरा आणि ताडोबाला दिसलेली ही हरणे आहेत.’
‘नागझिरा अभयारण्यात सांबरे, चितळे फार होती. दौडताना त्यांना पाहणं, हा विलक्षण आनंद होता.’

ताडोबा अभयारण्य

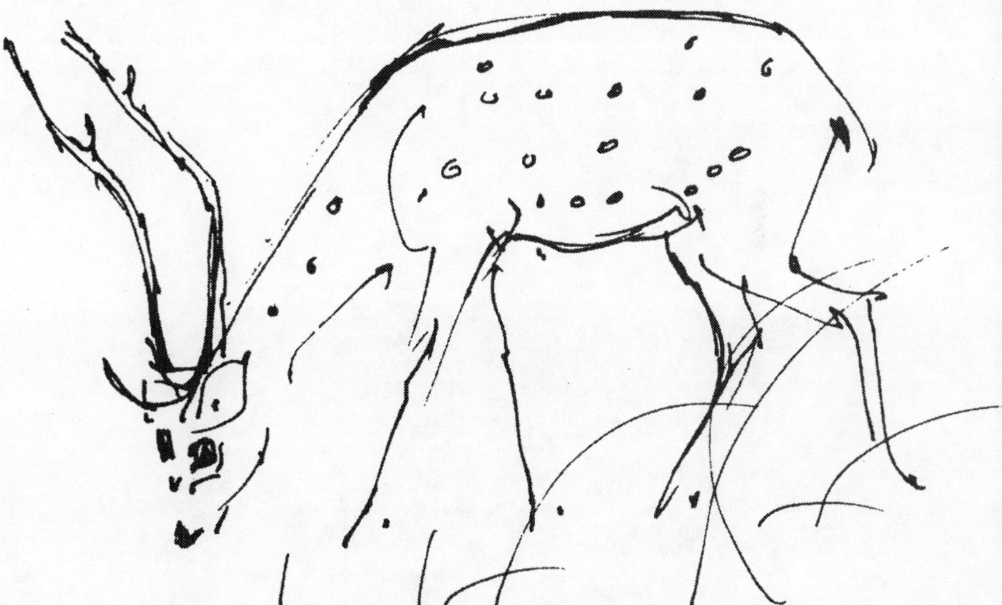

'नागझिरा अभयारण्यात माझ्या झोपडीसमोर वानरे नेहमी दिसत.
व्हरांड्यात बसून मी त्यांच्या लीला पाहत असे.'

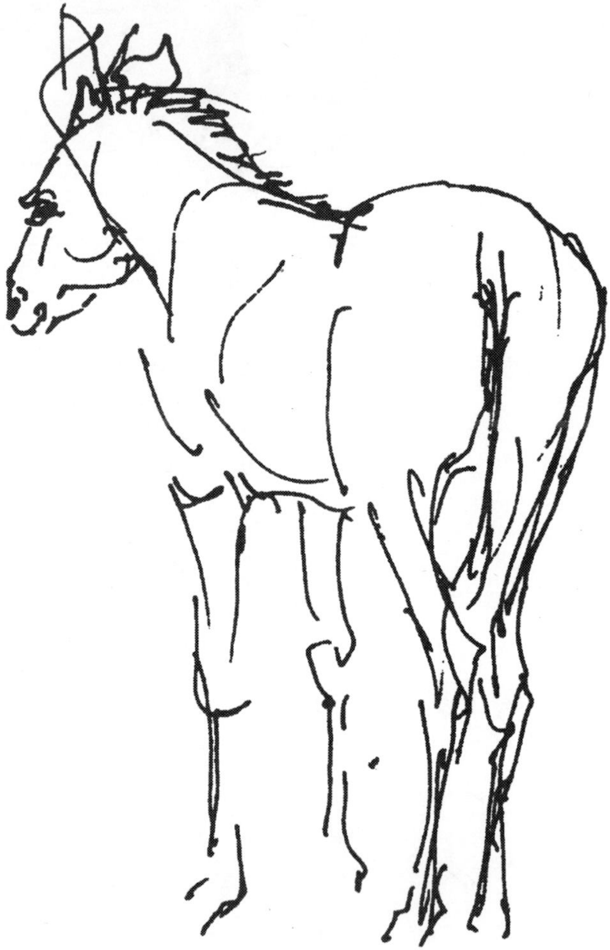

‘पाळीव कुत्र्यांना मोटार कारमधून जाणे जसे प्रिय असते, तसेच अरण्यातील पाखरांना गेंडा, रानगुरे, हरणे यांच्या पाठीवर बसून रानातून फेरी टाकणे प्रिय असते. कमी श्रमात त्यांना खाद्य मिळते, हाही जोडलाभ असतो.’

KAZIRANGA 75

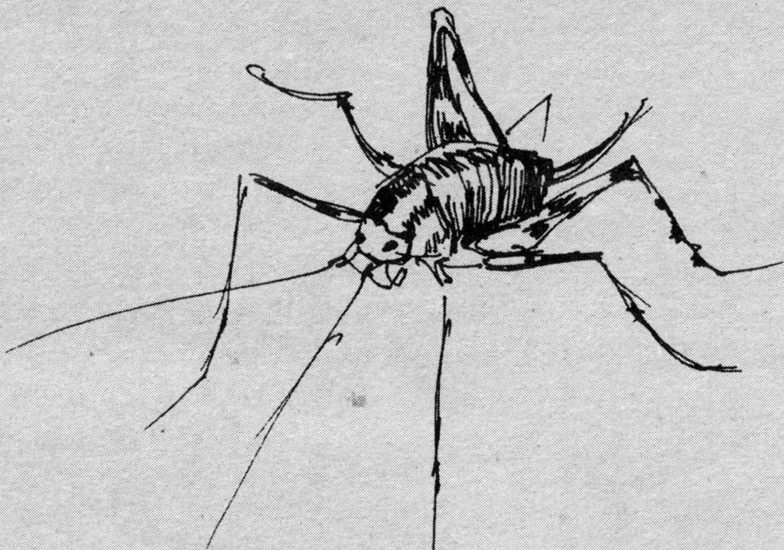

‘मी जेव्हा धायरीला एक एकर रान घेतले, तेव्हा त्या रानात कीटकांची-माझी जास्त घसट झाली.’

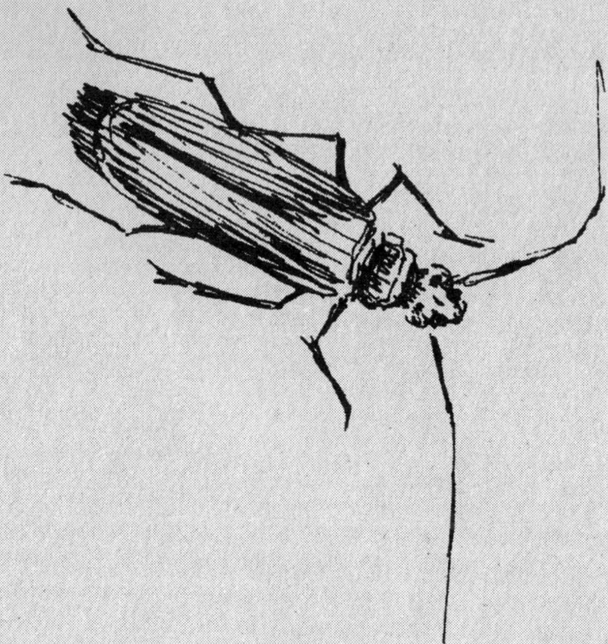

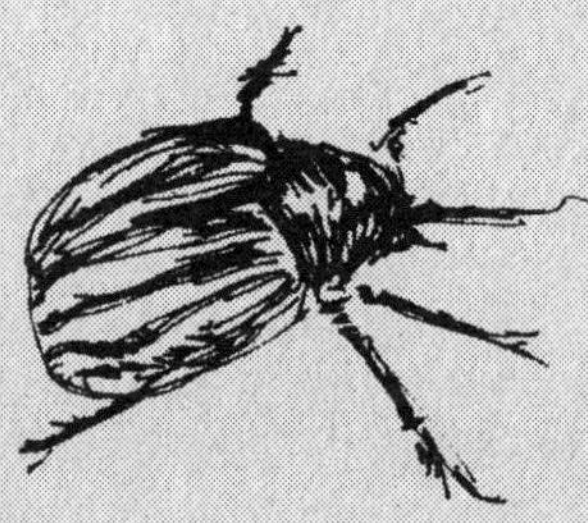

'राजस्थानातल्या एका गावात खाटल्यावर बसून गप्पा मारणारे हे दोन गावकरी मला आढळले. त्यांच्या खाटल्यावरच्या गप्पा ऐकायला मिळाल्या असत्या, तर राजस्थानातील 'गावाकडच्या गोष्टी' कळल्या असत्या.'

‘ह्या चारही स्त्रिया राजस्थानातील गावातल्या आहेत. प्रवासात मोटारीत बसल्या-बसल्या मी ह्यांची रेखाटणे केली.’

हा खुशालसिंह सोळंकी. डाबला गावात माझ्या सन्मुख उभा राहून बोलला,
'साब, हमारा फोटू खिंचो ।'

‘हा राजस्थानीच. असं दिसणारा
दुसरा आणखी कोण?’

'मी काझीरंगा आणि मानस पाहायला गेलो, तेव्हा कलकत्त्याच्या विमानतळावर हे दोघं कंटाळलेले प्रवासी दिसले.'

‘स्टेशनवर भेटलेला प्रवासी. हा बहुदा हिंदीतला कवी असावा.’

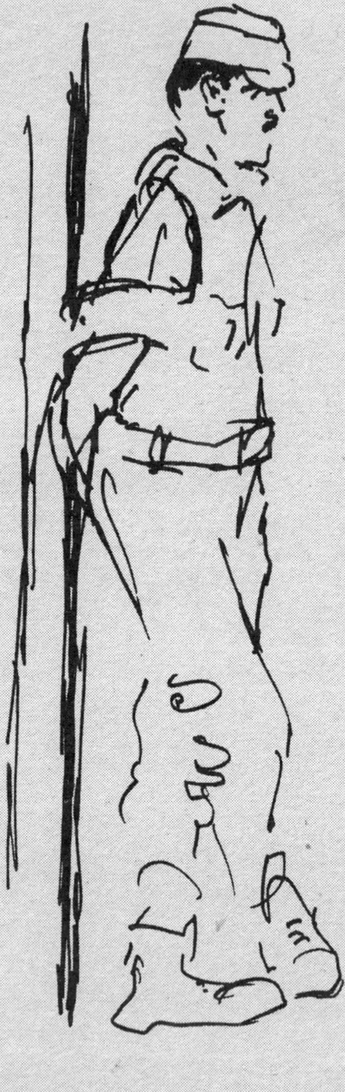

‘सोलन स्टेशनवर गाडी लेट आली. तिथं जवानांची रेखाटणे मिळाली.’

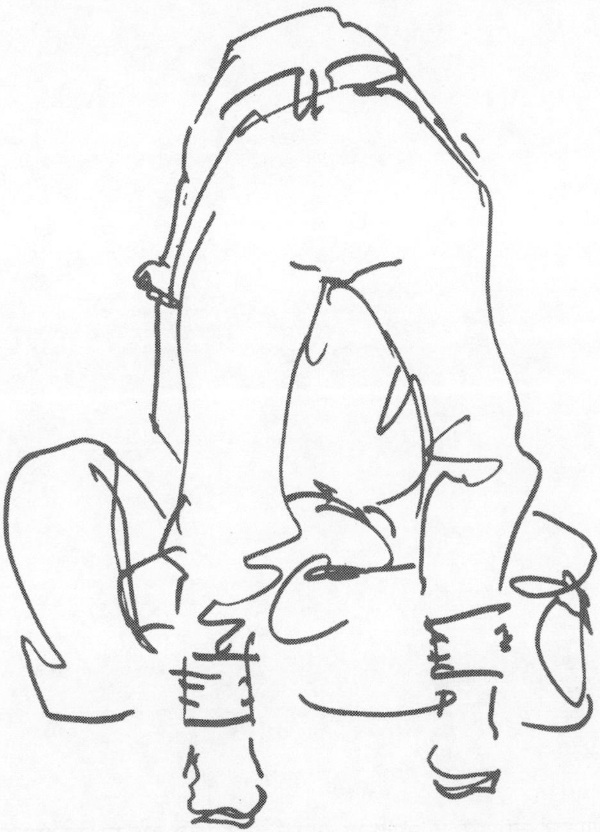

'चकित होऊन जगाकडं बघणारं हे आईच्या पाठचं मूल मला सोलन स्टेशनवरच मिळालं. हिमाचल प्रदेशात हिंडताना हिमालयाची बर्फाच्छादित शिखरं मी अशाच डोळ्यांनी पाहिली.'

‘घरातील नातेवाईक ही रेखाटणांसाठी सोशिक मॉडेल्स असतात.’

‘हा मोहन. धाकटा मुलगा.’

‘मोहनची आई, विजया.’

14·6·82

‘प्रकाश गोळ्यांची पत्नी.’

'माझी आई. हिने आम्हा मुलांना मोठे केले.'

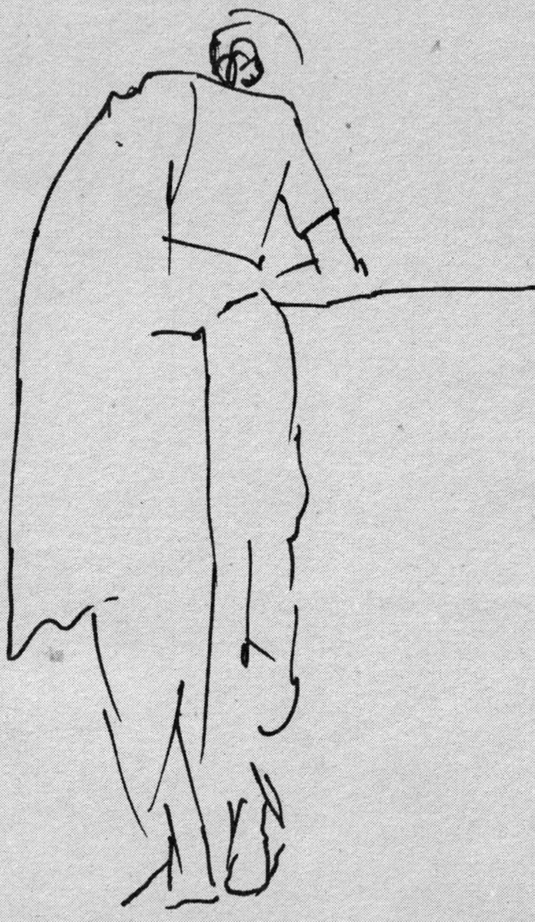

‘मोहनची आजी. पाठमोरी पाहिल्यावर हिचे वय ध्यानात येई.’

'विजयाची आई.'

MADGULKAR

'ग.दि. कधी-कधी कथाकथनाच्या कार्यक्रमासाठी
मी, द. मा., शंकर अशा आम्हा तिघांबरोबर येत.
त्यांना तेवढाच बदल मिळे.
सातारला आले असताना रेस्टहाउसमध्ये मला त्यांचे रेखाटण करायला मिळाले.
स्वत:ची गोष्ट सांगण्याआधी वाचून ठेवणं त्यांनाही करावं लागे.'

'माझी मोठी बहीण अक्का. ही ग.दिं. पेक्षा वडील होती.
आई हिला 'अल्लाची गाय' म्हणे. कारण ही स्वभावानं फार गरीब होती.'

‘पाठमोरे ग.दि. ... भावंडांच्या दु:खाकडे अशी पाठ करून हे कधी उभे राहिले नाहीत.’

Please contact us at **Mehta Publishing House Pvt. Ltd.,** Pune 411030.
✆ +91 020-24476924 / 24460313 / Mob. No. 9545000513
Email : production@mehtapublishinghouse.com
Website : www.mehtapublishinghouse.com

MADGULKAR
AR

MADGULKAR
MADGULKAR